Questo quaderno appartiene a:

NOME: ________________________

tel: ________________________

email: ________________________

Da fare:

Note:

Da fare:

Note:

Da fare:

Note:

Da fare:

Note:

Da fare:

Note:

Da fare:

Note:

Da fare:

Note:

Da fare:

Note:

Da fare:

Note:

Da fare:

Note:

Da fare:

Note:

Da fare:

Note:

Da fare:

Note:

Da fare:

Note:

Da fare:

Note:

Da fare:

Note:

Da fare:

Note:

Da fare:

Note:

Da fare:

Note:

Da fare:

Note:

Da fare:

Note:

Da fare:

Note:

Da fare:

Note:

Da fare:

Note:

Da fare:

Note:

Da fare:

Note:

Da fare:

Note:

Da fare:

Note:

Da fare:

Note:

Da fare:

Note:

Da fare:

Note:

Da fare:

Note:

Da fare:

Note:

Da fare:

Note:

Da fare:

Note:

Da fare:

Note:

Da fare:

Note:

Da fare:

Note:

Da fare:

Note:

Da fare:

Note:

Da fare:

Note:

Da fare:

Note:

Da fare:

Note:

Da fare:

Note:

Da fare:

Note:

Da fare:

Note:

Da fare:

Note:

Da fare:

Note:

Da fare:

Note:

Da fare:

Note:

Da fare:

Note:

Da fare:

Note:

Da fare:

Note:

Da fare:

Note: